பசுமைப் புரட்சி

வி.எஸ்.ரோமா

ISBN 978-1-63904-407-8

பொருளடக்கம்

1

பசுமை புரட்சியால் ஏற்பட்ட நன்மை தீமைகள் என்னென்ன? - இது சிறு மற்றும் குறு விவசாயிகளை கடனில் தள்ளியது. கிராமப்புற மக்களிடையே பொருளாதார ஏற்றத்தாழ்வை அதிகரித்துள்ளது. பல சிறு விவசாயிகள் தங்கள் சொத்துக்களை விற்பனை செய்ய நிர்பந்திக்கப்பட்டுள்ளனர், மேலும் சமூக-பொருளாதார பதட்டங்கள் அதிகரித்து வருகின்றன.

இந்தியா

இந்த இயக்கத்தின் நோக்கமே சுற்றுச்சூழல் பாதுகாப்பு பணிகளை ஊக்குவித்தல் ஆகும். பாரத பிரதமரின் பசுமை இந்திய இயக்கத்தில் 6 மில்லியன் ஹெக்டேரில் மரக்கன்றுகளை நட்டு காடுகளை உருவாக்குதல் மற்றும் 23 சதத்திலிருந்து 33 சதப் பரப்பிற்கு வனங்களைக் கொண்டு வருதல் ஆகியன இந்த இயக்கத்தின் முக்கிய பணிகளாக உள்ளன. இப்பணியானது அழிந்த காடுகளில், மாநில வனத்துறை உருவாக்கியுள்ள வனக்குழுக்களின் ஒத்துழைப்புடன் செய்யப்படும். இந்த வனக்குழுக்கள் நேரடி செயல்பாட்டிற்கு முக்கியத்துவம் அளிக்கப்படும்.

உலகசுற்றுச்சூழல்

நோக்கம்:

உலக சுற்றுச்சூழல் மாசுபடுவதைப் பற்றி உலக அளவில் அரசியல் விழிப்புணர்ச்சி ஏற்படுத்தவும் நடவடிக்கைகள் எடுக்கவும் 'ஐநா' சபை ஒவ்வொரு ஜூன் மாதம் '5' ம் தேதியை உலக சுற்றுச்சூழல் தினமாக அறிவித்துள்ளது.

சுற்றுச்சூழல்மாசு வகைகள்;

* காற்று மாசுபடுதல்

* நீர் மாசுபடுதல்

* நிலம் மாசுபடுதல்

* ஒலி மாசுபடுதல்

* காற்று மாசுபடுதல் காரணங்கள்:
1. தொழிற்சாலைகளிலிருந்து வரும் புகை மற்றும் கழிவுகள்
2. வாகனங்களிலிருந்து வெளிவரும் புகை
3. குப்பை போன்ற கழிவுப்பொருட்களையும் எண்ணைப் ......பொருட்-
களையும் எரிப்பதனால் வெளிவரும் புகை,பிற...

தவிர்க்கும் முறைகள்:
1. இயந்திரங்களையும் வாகனங்களையும் முறையாக பராமரித்தல்,
2. மாற்றுக்கருவிகள் மற்றும் புதிய செயல்முறைகளை கண்டுபிடித்து
பயன்படுத்துதல்,
3. குறைந்த தூரங்களுக்கு நடந்து போதல் அல்லது மிதி வண்டிகளைப்
பயன்படுத்துதல்,
4. காரீயமற்ற எரிபொருளை உபயோகித்தல்,எரிவாயு மற்றும் மின்கலம்
மூலம் இயங்கும் வாகனங்களைப் பயன்படுத்துதல்,
5. வீட்டு கழிவுப்பொருட்களை வகைப்பிரித்து,மறுசுழற்சிக்குட்படுத்துதல்
அல்லது புதிய பொருட்களை உண்டாக்குதல்,
6. தேவையற்ற பொருட்களை எரிப்பதை தவிர்க்க,மரம் வளர்த்தல்,பிற...

நீர் மாசுபடுதல்:
1. தொழிற்சாலை கழிவு,
2. நகரக் கழிவு நீர், பிற...

தவிர்க்கும் முறைகள்:

1. தொழிற்சாலை மற்றும் நகரக் கழிவுகளை சுத்திகரித்து,மறுபயன்பாட்-டிற்கு உட்படுத்த வேண்டும்.

2. கழிவுகளை குறைக்கும் வழிமுறைகளை கண்டுபித்தல் வேண்டும்,

3. இராசாயன பொருட்களின் பயன்பாட்டை தவிர்த்தல், பிற...

பாதிப்புகள்:

1. உலக வெப்பநிலை அதிகரித்தல் - புவிச் சூடு (Global Warming)

2. பனிக்கட்டி உருகுதல் அதன்மூலம் ஏற்படும் வெள்ளப் பெருக்கு, கடல் நீர் மட்டம்,உயருதல் போன்றவை

3. மழை வளம் மற்றும் மண் வளம் குறைதல்

4. தோல் நோய்கள், நுரையீரல் மற்றும் பல நோய்கள்

5. குடி நீர், உணவுப் பொருட்களில் நச்சுத்தன்மை

6. கால்நடை மற்றும் விவசாயம் பாதிக்கப்படுதல், பிற...

இன்று உலகில் வாழும் ஒவ்வொரு தனிமனிதனுக்கும் சுற்றுச்சூழல் மாசு-படுவதிலிருந்து

காப்பாற்ற வேண்டிய கடமை உள்ளது. எனவே, இது போன்ற தினங்க-ளிலாவது இது பற்றி

சிந்தித்து நம்மால் இயன்ற காரியங்களை செய்தல் வேண்டும்.

பசுமைப் புரட்சி

சுற்றுச்சூழல்

பசிக்கும் பஞ்சத்திற்கும் எதிராக பசுமைப்புரட்சி மூலம் மனிதன் நடத்திய போராட்டம் சிறிய வெற்றியை தந்தாலும் மக்கள் தொகை பெருக்கத்தின் முன் இந்த வெற்றி பயனற்று போய்விட்டது. இது ஒருபு-றம் இருப்பினும் நவீன விவசாயத்தினால் ஏற்பட்ட சுற்றுச்சூழல் பாதிப்-புகள் அளவிட முடியாததாகும்.

நீர்பாசனம்

இந்தியாவில் பல நூற்றாண்டுகளாக ஏரி, குளம் மற்றும் நீராதார பகுதிகள் பராமரிக்கப்பட்டு வந்தது. இந்த நூற்றாண்டில் முன்பு அதிக பொருட்செலவில் பெரிய அணைக்கட்டுகள் கட்டப்பட்டன.

இதனால் சுமார் 80 மில்லியன் ஹெக்டேர் நிலம் பாசன வசதி பெற-முடிந்தது.

சிறந்த நீராதார மேலாண்மை காரணமாக "பசுமை புரட்சி" வெற்றி-கரமாக செயலாக்கப்பட்டது.

பூமியிலிருந்து வெளி கொணரப்படும் நிலத்தடி நீரில் 50% மட்டுமே மீண்டும் நிலத்தடிக்கு சென்று சேருகிறது.

காடுகளை அழிப்பதினால் மழையளவு குறைவடைகிறது.

விவாசய நிலங்களில் அதிகப்படியான பாசனம் அத்தகைய நிலம் உவர்ப்பு தன்மையடைய வழிவகுக்கிறது. விவசாய விரிவாக்க திட்டங்-களினால் புல்வெளிகள், சரிவான மணற்பகுதிகள், சதுப்பு நிலக்காடுகள் போன்ற எளிதில் பாதிப்படையக் கூடிய இடங்கள் ஆக்கிரமிக்கப்பட்டு வருகின்றன.

பூச்சிக்கொல்லி மருந்துகள்

தற்போது இந்தியாவில் பல வகையான பூச்சிக்கொல்லி மருந்துகள் தயாரிக்கப்பட்டு வருகின்றன. ஞுஞ்ஜி, ஙிபிசி, மாலத்தியான், கார்போஃப்-புரான் மற்றும் எண்டோசல்பான் போன்றவை பொதுவாக உபயோகப்-படுத்தப்படும் மருந்துகளாகும். ஒவ்வொரு ஆண்டும் 4,000 கோடி ரூபாய் மதிப்புள்ள சுமார் 83,000 டன் பூச்சிக்கொல்லி மருந்துகளை நாம் உபயோகப்படுத்துகிறோம். நாம் ஒரு ஹெக்டேருக்கு பயன்படுத்தும் 570 கிராம் பூச்சிக்கொல்லி மருந்தில் 1% மட்டுமே பூச்சியை அழிக்-கின்றது மீதமுள்ளவை சூழலில் பாதிப்பை ஏற்படுத்துகின்றன. தொடர்ந்து ஒரே பூச்சிக்கொல்லி மருந்தை உபயோகப்படுத்தி வருவதினால் பூச்-சிகளுக்கு எதிர்ப்புதன்மை அதிகமாகியுள்ளது. எனவே தற்போது பூச்-சிக்கொல்லிகளின் வீரியத்தை அதிகரிக்க வேண்டிய கட்டாயம் ஏற்-பட்டுவிட்டது. பூச்சிக்கொல்லி மருந்துகள் தீமை செய்யும் உயிரிகளை கட்டுப்படுத்துவதோடு மட்டுமல்லாமல் நன்மை செய்யும் உயிர்களான மண்புழு, சிலந்திகள், பறவைகள் மற்றம் பல உயிரினங்களையும் அழித்-துவிடுகிறது. வயல்களில் நாம் உபயோகப்படுத்தும் பூச்சிக்கொல்லி மருந்-துகள் நீர்நிலைகளுக்கு அடித்து வரப்பட்டு மீன்கள், நீர்வாழ் தாவரங்கள், நத்தைகள் போன்ற சூழல் சமன்பாட்டிற்கு உதவும் பல்வேறு நீர்வாழ் தாவர விலங்குகளை அழித்து உணவு வலையை சிதைக்கின்றன.

பூச்சிக் கொல்லி மருந்துகள் எளிதில் உயிர்சிதைவு அடைவதில்லை. பாலில் கூட பூச்சிக்கொல்லி மருந்தின் எச்சம் இருக்கின்றது. எனவே ஒரு உயிரிலிருந்து மற்றொரு உயிரினத்திற்கு உணவின் மூலம் பூச்சிக்-கொல்லி மருந்துகள் எடுத்து செல்லப்படுவது உறுதியாகிறது. பாரம்ப-

ரிய முறையில் வேப்ப மரத்திலிருந்து பெறப்பட்ட சாறு, நச்சு விதைகள், விளக்கெண்ணெய், புகையிலை, ஊமத்தை, எருக்கு போன்றவைகள் பூச்சிகளை அழிக்க உபயோகிக்கப்பட்டு வந்தது. இவற்றின் பயன்பாட்-டால் பக்க விளைவுகள் மிக குறைவாகவே இருந்தது.

இரசாயன உரங்கள்

மண்ணில் உள்ள சத்து குறைவை ஈடுசெய்ய இரசாயன உரங்களை தற்போது நாம் பயன்படுத்துகிறோம். இத்தகைய உரங்கள் விளைச்சலை அதிகமாக்குகிறது. எனினும் பக்கவிளைவாக மண்ணின் தன்மையை பாதிப்பதோடு நீர்நிலைகளில் அதிகளவு நீர்தாவரங்கள் பெருகி சூழலுக்கு கேடு விளைவிக்கிறது. மண்ணிலுள்ள நுண்ணுயிரிகளும் மிகச்சிறிய தாவர விலங்கினங்களும் மடிகின்றன. இரசாயன உரத் தொழிற்சாலைக-ளிலிருந்து வெளிப்படும் கந்தக-டை-ஆக்சைடு, நைட்ரஜன் ஆக்சைடு-கள் அமில மழை பொழிவற்கு வழி வகுக்கின்றன.

பாரம்பரிய விவசாய முறைகளில் விவசாய கழிவுகள், சாணம், பண்ணை கழிவுகள், எலும்புகள் போன்றவற்றை அவ்வப்போது நிலத்-திலிட்டு அவற்றின் வளத்தை நிலைநிறுத்தினர். இம்மாதிரி முறையில் மண்ணில் பூஞ்சைகள், காளான்கள், புரோட்டோசோவாக்கள், சிலந்தி-கள், மண்புழுக்கள் மற்றும் பல உயிரினங்கள் தங்குதடையின்றி வாழ்ந்து நிலத்தின் வளத்தை பாதுகாத்து வந்தன.

வேளாண் இடு பொருட்கள்

இயந்திரங்களைக் கொண்டு செய்யப்படும் தீவிர விவசாயத்தினால் செய்யப்படும் பணிகளை எளிதாகவும், விரைவாகவும் செய்து முடித்து உற்பத்தியை அதிகரிக்க முடிந்தது. ஒவ்வொரு ஆண்டும் ரூ 33,000 கோடி வேளாண் இயந்திரங்களை தயாரிக்க செலவிடப்படுகிறது. ஆனால் கனரக இயந்திரங்களான டிராக்டர் மற்றும் அறுவடை இயந்-திரம் போன்றவை விவசாய நிலத்தில் இயக்கப்படும்போது மண் இறுகி நீர் உறிஞ்சும் தன்மை குறைகிறது. மேலும் மண்ணிலுள்ள சிறு உயிரி-னங்களும் பாதிக்கப்படுகிறது.

வரும் காலத்திற்கான வளமான வேளாண்மை

தற்போதைய சூழ்நிலையில் செயற்கை உரங்களை அதிக அளவில் பயன்படுத்துதல், பூச்சிக் கொல்லி மருந்துகளின் பயன்பாட்டை ஊக்-குவித்தல், இயந்திரமயமான விவசாயம் போன்ற நடவடிக்கைகளால் சுற்றுச்சூழல் மென்மேலும் சீரழிந்து வருகிறது. எனவே பொருளாதார

முறையிலும், கலாச்சார சமூக ரீதியிலும் மேம்பட்ட விவசாய முறை-களை கண்டறிந்து அமல்படுத்த வேண்டும்.

பாரம்பரிய வேளாண்மையின் முக்கியத்துவம்

தற்போது பாரம்பரிய விவசாய முறைகள் குறித்து கற்று அறிவதில் பலரும் ஆர்வமாக உள்ளனர். இத்தகைய கல்வியால் நவீன விவசாயத்-திற்கு மாற்றாக பாரம்பரிய விவசாய வழிமுறைகளை கண்டறிந்து புதுப்-பித்துக் கொள்ளலாம்

நம்நாட்டு விவசாயிகள் அனுபவ ரீதியாக கற்றறிந்த விவசாய ரகசி-யங்களை அவர்களின் சந்ததியினர் வழிவழியாக கற்றுக்கொண்டனர். எனினும் சூழலுக்கு தீங்கிழைக்காத இத்தகைய விவசாய முறைகளில் மிக குறைந்த செய்திகளுக்கு மட்டுமே குறிப்புகள் உள்ளன.

விவசாய பல்லுயிர் பெருக்கம்

ஓரின பயிர்வளர்ப்பு முறையில் விளைச்சல் அதிகமாக இருந்தபோ-திலும் இத்தகைய பயிர்முறையில் நிலத்தின் வளம் குறைவதோடு தீங்-கிழைக்கும் உயிரினங்கள் ஓரின பயிர்களை எளிதில் அழித்துவிடும். பாரம்பரிய வேளாண்மையில் சூழலுக்கு உகந்த பல்வேறு வகையான பயிர்கள் பயிரிடப்பட்டன.

விதைக்கும் முன் விதைகளின் முளைப்பு திறன், வறட்சியை தாங்கும் சக்தி, பூச்சிகள் மற்றும் தீங்குயிரிகளின் தாக்குதலை எதிர்த்து வளரும் தன்மை போன்ற பல்வேறு அம்சங்களை ஆராய்ந்து அவற்றை ஒருவ-ருக்கொருவர் பரிமாரிக்கொண்டனர்.

ஆனால் தற்போது டெர்மினெட்டர் தொழில்நுட்பத்தில் உற்பத்தி செய்யப்பட்ட விதைகள் நன்கு முளைத்து வளர்ந்தாலும் அவற்றிலிருந்து பெறப்படும் விதைகள் முளைப்புத்திறன் அற்றதாக உள்ளது. இத்தகைய விதைகள் தற்போது தடைசெய்யப்பட்டுள்ளன. வருங்காலத்தில் இத்த-கைய விதைகளை உபயோகப்படுத்துவதால் விவசாயிகளின் வாழ்க்கை-யும், பல்லுயிர் வளமும் அழிந்துவிடும் என்பதில் ஐயமில்லை.

அடிக்கடி நிகழும் பஞ்சத்திற்கு தீர்வாக பசுமைபுரட்சி அமைகிறது. அதிகளவில் பொருளாதாரமும், நவீன விவசாய தொழில்நுட்பமும், செயற்கை உரங்களும், பூச்சி மருந்துகளும் உணவு உற்பத்தியை அதிக-ரிக்க பயன்படுத்தப்பட்டன.

இந்தியாவின் உணவு உற்பத்தி 1950ல் 50மில்லியன் டன்னாக இருந்தது. இன்று சுமார் 200 மில்லியன் டன்னிற்கும் மேல் பெருகியுள்-

எது. அத்துடன் பலவேறுபட்ட சுற்றுச்சூழல் சீர்கேடுகளும் பெருகியுள்-ளது.

மண் அரிமாணம்: இயந்திரமயமாக்கப்பட்ட விவசாயம் பலமுறை நிலத்தை உழுதல், அதிகமான நீர்பாய்ச்சல் போன்றவை மண் அரிமா-னத்திற்கும், சத்துக்கள் குறைவதற்கும், நீர் தங்குதலுக்கும் காரணமாகி-றது.

விவசாயத்தில் வேதிப்பொருட்கள்: அதிகமான வேதிப்பொருட்கள் உபயோகம், மண் வளமிழத்தல், நிலத்தடிநீர் மற்றும் மேற்பரப்பு நீர் மாச-டைதல், உயிரினங்களுக்கு கேடு மற்றும் உயிரிழத்தலுக்கு காரணமாகி-றது.

அதிக நீர்பாய்ச்சல்: மானியத்தில் வழங்கப்படும் மின்சாரம் நிலத்திலி-ருந்து அதிக நீர் வெளிகொணர்தலுக்கும் நீர்மட்டம் குறைதலுக்கும் வழி-கோலுகிறது.

பல்லுயிர்வளம் குறைவு: ஓரின தாவர விவசாயம் பல்லுயிர் பண்பு குறையவும், மண்வளம் குறையவும் காரணமாகிறது.

விவசாய சமுதாயத்தின் நிலை: விவசாயம் செய்துவந்த சமுதாயம் மற்றும் குடும்பங்கள் இன்று நிலங்களில் கூலி வேலை செய்யும் நிலை-மைக்கு தள்ளப்பட்டுள்ளனர். உற்பத்தி செலவு அதிகமானதுடன் கிராம மக்களின் பொருளாதார சமுதாய நிலையிலும் பல்வேறு மாற்றங்கள் ஏற்-பட்டுள்ளன.

ஆராய்ச்சிகளும் புதுமையான வழிகளும்

அளவிற்கரிய சிந்தனை மாற்றமும், அதிக முதலீடும் நிலையான தீர்-வுகளுக்காக செய்யப்பட வேண்டும். ஆனால் தற்பொழுது மிகக்குறைந்த அளவில் மட்டுமே இதற்காக செலவிடப்படுகிறது.

சர்வதேச உணவுக் கொள்கை ஆராய்சி மையம் 1995ல் வெளியிட்ட அறிக்கையின்படி 1.5 பில்லியன் ஹெக்டேர் விளைநிலங்கள் இதுவரை பாழாக்கப்பட்டிருக்கின்றன. வருடந்தோறும் இது 5 முதல் 10 மில்லியன் ஹெக்டேர் அதிகமாகி உள்ளன என்று சொல்லப்படுகிறது.

இந்தியாவில் பழங்காலத்தில் சுமார் 30,000 வகை அரிசி இனங்கள் விளைவிக்கப்பட்டிருக்கிறது. ஆனால் இன்று 10 வகைகளே விளைவிக்-கப்படுகின்றன. விவசாயத்தின் மிகப்பெரிய இழப்பு பல்லுயிர் பெருக்கம் இறந்தே. 75% விவசாய உயிரின வகைகளை இழந்த நிலையில் 150 வகைகளையே இன்று நாம் கொண்டுள்ளோம். அவற்றில் 3 வகைகளே

60% மேலான தாவர உணவை நமக்கு அளிக்கின்றன.

பழமையான விவசாய முறை

மறுசுழற்சி செய்யக்கூடிய ஆதாரங்களை பயன்படுத்தியது - உரம், பூச்சி மருந்து உட்பட...

தேவையான அளவு நீரே பயன்படுத்தப்பட்டது.

விதைத்தல், அறுத்தல், மேலாண்மை செய்தல் ஆகியவை அனுபவ ரீதியான அறிவைக் கொண்டு நிலம், நீர் ஆகியவற்றிற்கு தகுந்தவாறு விவசாயம் செய்யப்பட்டது.

விவசாயக் கழிவுகளை கால்நடைகள் உட்கொண்டு மாற்றாக உரங்களை கொடுத்தது.

பயிர் சுழற்சி முறை ஒரு கலையாகவே செய்யப்பட்டது. மண்ணின் வளத்தை அதிகரிக்கவும், ஒரு பயிருக்கு தேவையான நுகர் சத்தை மற்றொரு தாவரம் அளிக்கவும் ஏதுவாக பயன்படுத்தப்பட்டன.

நீர் - உயிரின் அமுதம்

நீர் பல இடங்களில் மாசுபடுத்தப்பட்ட நிலையில் உள்ளது. தீவிரமான கண்காணிப்பும், பாதுகாப்புமே இன்று நல்ல நீர் கிடைக்க சரியான வழியாகும்.

எவ்வளவு நீர் உள்ளது?

உலகில் மொத்தம் 1.4 மில்லியன் சதுர கி.மீ. நீரே உள்ளது. இவற்றில் 97% உப்பு நீராக கடலில் காணப்படுகிறது. 3% நன்னீராக நிலத்தில் நீர்சுழற்சி மூலம் உயிர்களுக்கு ஆதார நீராக காணப்படுகிறது. அவற்றில் 2.5% துருவப் பகுதிகளில் உறைபனியாக உள்ளது. பயன்பாட்டிற்கு கிடைக்கும் நீராக 0.5% நன்னீர் ஆறு, ஏரி, குளம் குட்டைகள் மற்றும் நிலத்தடி நீராக உள்ளது.

உலகின் மொத்த நீரையும் ஒரு 1000 லிட்டர் கொள்கலனில் இடுவோமானால் - அதில் நன்னீரின் அளவு ஒரு தேக்கரண்டி மட்டுமேயாகும்.

தணியாத தாகம்

ஒரு வருடத்தில் ஏறக்குறைய 20% ஆற்று நீர் எடுக்கப்பட்டு வருகிறது. நிலத்தடிநீர் 20% அளவிற்கு உலக மக்களுக்கு ஆதாரமாக விளங்குகிறது. உலகில் கிட்டதட்ட 40% (2.4 பில்லியன்) மக்கள் நீர் பற்றாக்குறையான இடங்களில் உள்ளனர். மேலும் இது 2025ல் 48% (3.5 பில்லியன்) ஆக உயரக்கூடும். தாகத்துடனிருக்கும் 9 பில்லியன்

மக்களுக்கான தீர்வு என்ன?

நீர்வழி போக்குவரத்து

ஆறுகள் நீர்வழி போக்குவரத்திற்காக பல வழிகளில் உபயோகப்படுத்தப்பட்டும், மாற்றப்பட்டும் வந்தன. இச்செயல் சதுப்பு நிலங்களுக்கும், சமவெளி பகுதிகளுக்கும் கிடைக்கக்கூடிய மழைநீரின் அளவை பாதிப்படையச் செய்து அதை நம்பியுள்ள பறவைகள் போன்ற உயிரினங்களை பாதித்தது. இதனால் பறவைகள் வருவதுகூட பாதிப்படைந்தது.

உலக அணைக்கட்டு குழுமத்தின் கணக்குப்படி 22,000 அணைக்கட்டுகளை கொண்ட சீனா முதலிடத்திலும் 4,291 அணைக்கட்டுகள் கொண்ட இந்தியா இரண்டாம் இடத்திலும் உள்ளது. இயற்கையான ஆற்றின் நீரோட்டத்தை தடுத்து கட்டப்படும் அணைகள் ஏகப்பட்ட காடுகள், விவசாய நிலங்கள், கிராமங்கள் அவற்றைச் சார்ந்துள்ள உயிரினங்கள் ஆகியவை அழிய காரணமாகிறது.

ஆறுகள் - மாறிவரும் கழிவுநீர் வழிகள்

ஆறுகள் மற்றும் நீர்வழிகள் இன்று தொழிற்சாலை கழிவுநீரை கொட்டுவதற்கு சாக்கடைகளாக பயன்படுத்தப்பட்டு வருகின்றன. விளை நிலங்களிலிருந்து வரும் வடிநீர், மாசடைந்த நீர் முதலியவை நீராதாரங்களில் கலப்பதால், டைபாய்டு, காலரா, வயிற்றுப்போக்கு போன்ற வியாதிகள் தெற்கு ஆசியாவில் அதிகம் ஏற்பட காரணமாகிறது.

குறையும் மீன்வளம்

கோடிக்கணக்கான ஆசியர்களுக்கு மீன் ஒரு சிறந்த புரதச்சத்து ஆதரமாக விளங்கியது. இன்று அவற்றின் அளவு மிகவும் குறைந்திருப்பதாலும், மாசடைதல், வாழிட அழிவு, நீர்வழித்தடங்கள் மாறுதல், போன்றவற்றால் அரிதாகவும் விலை அதிகரித்ததும் கிடைக்கின்றது.

ஏரிகள் - மறக்கப்பட்ட கலாச்சாரம்

மழைநீரை ஏரிகள் குளங்கள் மூலமாக சேகரித்தல் என்ற பண்டைய கலாச்சாரம் இன்று பெருவாரியாக மறைந்துவிட்டது. சென்ற நூற்றாண்டில் பாதிக்கும் மேற்பட்ட விளை நிலங்கள் ஏரி பாசனத்தில் இருந்தது. ஆனால் இன்று ஏரி பாசனம் 10 சதவிகிதம் மட்டுமே. தமிழ்நாட்டில் சில ஏரிகள் 15 கிராமங்களுக்கு கூட பாசனம் செய்யும் வகையில் இருந்தன. நமது தாய்நாடு சுதந்திரம் அடைந்தபோது ஏரிகளின் கொள்ளளவு 15 பில்லியன் கன மீட்டர்கள் ஆகும். அதன் பிறகு எந்தவித முன்னேற்றமும் இல்லை.

வறண்டு போகும் வரை நிலத்தடிநீரை சுரண்டுதல்

இந்தியாவில் சுமார் 17 மில்லியன் செறிவூட்டப்பட்ட குழாய் கிண-றுகள் மானிய அடிப்படையில் பெறப்படும் மின்சாரம் மற்றும் டீசலைப் பயன்படுத்தி இயக்கப்பட்டுவருகின்றன. மழைப் பொழிவில் 10% மட்டுமே சேமித்து பயன்படுத்தப்படுகிறது. மொத்த இருப்பான 36.1 மில்லியன் ஹெக்டேர் மீட்டர் நிலத்தடி நீரில், பாசனத்திற்காக 11.52மி.ஹெ.மீ. பயன்படுத்தப்படுவதால் வெறும் 24.58மி.ஹெ.மீ. நீர் மட்டுமே வரும் தலைமுறைக்காக வைக்கப்பட்டுள்ளது.

நீர் - ஒவ்வொரு தனிமனிதனின் தேவை

நீர் ஆதாரங்களைப் பாதுகாத்து, பராமரிப்பதில் ஒவ்வொரு தனி-மனிதனின் பங்கும் அந்தந்த கிராமம், நகரம், மாநிலத்தைப் பொருத்து அவசியமானது. நாம் ஒவ்வொருவரும் நீரை என்ன தேவைக்காக பயன்-படுத்துகிறோம், பயன்படுத்தியபின் அந்த நீரின் நிலை? மற்றும் இறுதி-யாக பயன்படுத்தப்பட்ட நீர் எங்கு செல்கிறது என்பதைப் பற்றி கணக்-கிட்டு அதன்படி செயல்பட வேண்டும்.

பசுமை எங்கே..? இயற்கை எங்கே..?

பசுமையும், இயற்கை வளமும் இறைவன் இவ்வுலகில் நமக்கு வழங்-கிய அருட்கொடை.

மனிதராய் பிறந்த நமக்கும், மற்றபிற அனைத்து உயிர் இனங்களுக்-கும் இவ்வுலகில் உயிர் வாழவும், மற்றபிற தேவைகளுக்கும் பசுமையும் இயற்கை வளமும் பல வகையில் உதவியாய் இருக்கின்றது.

பசுமை வளமும், இயற்கை வளமும் நமக்கு அரிதாய் கிடைத்த பொக்கிசங்கள்.

இத்தனை முக்கியத்துவம் வாய்ந்த பசுமையையும், இயற்கையையும் மனிதன் ஏதாவது ஒரு சுய தேவைகளுக்காக அழித்துக்கொண்டே தான் இருக்கின்றான்.

அதன் தாக்கத்தை இன்று நாம் கொஞ்சம் கொஞ்சமாக உணர்கி-றோம், காணமுடிகிறது. (பருவமழை பொய்த்து போதல், அனல்காற்று, புழுதிமண், நிலத்தடி நீரஇன்மை ,வைரஸ் கிருமிகள் பரவுதல், ஓசனில் ஓட்டை,தட்பவெப்ப சூழ்நிலை மாற்றம்,)

இன்னும் எத்தனையோ சொல்லிக்கொண்டே போகலாம்.

பசுமையை, இயற்கையை அழித்தல் நாம் நம்மையே அழித்துக்-கொள்வதற்கு சமமே.

ஒரு பசுமையை, இயற்கையை அழித்து விட்டு நாம் ஒன்பதாயிரம் இன்னல்களுக்கு நடுவில் வாழ்ந்து கொண்டு இருக்கின்றோம்.

பசுமையையும், இயற்கையையும் அழித்ததால் நாம் இழந்தவைகளை கணக்கிட்டுச்சொல்ல முடியாது.

அதில் சில நம்மால் மறக்க முடியாதவை...

நம்மால் அழிந்து கொண்டு இருப்பவை...!!!

இதோ சில நினைவூட்டல்...

பச்சைப்பசேலென படர்ந்து கிடந்த வயல்வெளிகள் எங்கே..?

பாதையாய் நாம் நடந்து சென்ற வாய்க்கால் வரப்புக்கள் எங்கே...?

பச்சிளம் நிறமாய் பளிச்சிட்ட புல்வெளிகள் எங்கே..?

நித்தம் பூக்கும் பூமரங்கள் எங்கே...?

வாய் ருசிக்க சாப்பிட்ட ••••••••

கோவைப்பழங்கள் எங்கே..?

வாய் வறண்டும் சாப்பிட்ட கோணப்புளியங் காய்கள் எங்கே...?

நாக்கு சிவக்க சாப்பிட்ட நாவப்பழங்கள் எங்கே...?

நாக்கு அரிக்க சாப்பிட்ட முந்திரிப்பழங்கள் எங்கே...?

அடர்த்தியாய் எழுந்து நின்ற அலிஞ்சிமரங்கள் எங்கே...?

நாம் அள்ளிக்கில்லி விளையாண்ட ஆமனக்குச்செடிகள் எங்கே...?

வீட்டு வேலியை பாதுகாத்த முல்லுமுருங்கைகள் எங்கே..?

ஆடு, மாடுகள் ருசித்துச்சாப்பிடும் அந்தக் கிலுவை இலைகள் எங்கே...?

தொட்டதும் மூடிக்கொள்ளும் தொட்டாசிணுங்கிகள் எங்கே..?

தோல் சிவக்க அரிக்கும் செந்தூரண்டி இலைகள் எங்கே...?

கூட்டம் கூட்டமாய் பறந்து சென்ற பறவைக்கூட்டங்கள் எங்கே....?

கும்மாளம் அடித்துச்சென்ற பூநாரைகள் எங்கே...?

வெட்டிச்சென்று தாவி ஓடிய வெட்டுக் கிளிகள் எங்கே..?

விடிகாலைப்பொழுதில் உதயமாகும் ஈசைப் படைகள் எங்கே...?

ஓடிமறைந்து உற்று நோக்கும் ஓணான்கள் எங்கே..?

ஒய்யாரமாய் பழம் ருசிக்கும் அழகிய அணில்கள் எங்கே..?

வண்ண வண்ண நிறத்தில் வட்ட மடித்த வண்ணத்துப்பூச்சிகள் எங்கே...?

வான் சரிந்த இருட்டினில் வெட்டி மின்னிய மின்னட்டாம் பூச்சிகள் எங்கே...?

தாவிப்பிடித்து தன் தம்பிக்கு கொடுத்த தட்டான்கள்(தும்பி) எங்கே..?

தங்க நிறத்தில் தன வீட்டில் தஞ்சமடையும் பொன்வண்டுகள் எங்கே.?

தூரத்து மரத்தில் கூடுகட்டி வாழ்ந்த தூக்கணாங்குருவி எங்கே..?

துள்ளிவந்து தோளில் அமரும் மைனாக்கள் எங்கே...?

நம்வீட்டில் மழலைப்பேச்சு பேசிய பச்சைக்கிளிகள் எங்கே..?

நாம் ரசித்துப்பார்த்த மரம் கொத்திப்பறவைகள் எங்கே...?

சப்த ஒலி மட்டும் கேட்டு ரசித்த சாரீர வண்டுகள் எங்கே....?

இன்னபல நம் கண்ணில்படா இயற்கை பிறவிகள் எங்கே...?

இவை அனைத்தும் இப்போது எங்கே...?

பசுமைப் புரட்சி

ஒரு பசுமையை, இயற்கையை அழித்து விட்டு நாம் ஒன்பதாயிரம் இன்னல்களுக்கு நடுவில் வாழ்ந்து கொண்டு இருக்கின்றோம்.

பசுமையையும், இயற்கையையும் அழித்ததால் நாம் இழந்தவைகளை கணக்கிட்டுச்சொல்ல முடியாது.

மீண்டும் பசுமையை ஏற்படுத்துவோம்

இயற்கையை காப்போம்...

இழந்ததை மீட்போம்...

இன்பமாய் வாழ்வோம்..!

நான்

வாசகர்ளால் நான்
வாசகர்களுக்காக நான்

முற்போக்கு எழுத்தாளர் வி.எஸ்.ரோமா - கோயம்புத்தூர்
+91 82480 94200
20 புத்தகங்கள் எழுதியுள்ளேன்
விருதுகள் பல பெற்றுள்ளேன்.
கதை , கவிதை, கட்டுரை, நாவல் பொன்மொழி, நாடகம்
எழுதுவேன்.

என்
எழுத்து
என் மூச்சுள்ள வரை
என் வாசிப்பே
என் சுவாசிப்பு
என்றும்

எழுதிக் கொண்டிருக்க வே
என் ஆசை

நான் திருமணமே செய்து கொள்ளாத பெண்மணி என்பதில்
எனக்கு மகிழ்வே.

என் எழுத்துக்கு முழு ஒத்துழைப்பு கொடுப்பவர்கள் என்
பெற்றோர்களே.

தந்தை
கா சுப்ரமணியன் _ தாசில்தார் - ஒய்வு

தாய்.
சு. கிருஷ்ணவேணி

என் பெற்றோர்களே
என்
எழுத்துக்கும்
எனக்கும் முழு ஒத்துழைப்பு தருகின்றவர்கள் என்பதில்
எனக்கு மகிழ்ச்சியே.

நான் ரோமா ரேடியோ
என்ற பெயரில் எஃப் எம் ஆரம்பித்துள்ளேன்.

என்
எழுத்து
என் ரோமா வானொலி மூலம்
எங்கும் ஒலிக்க
எட்டு திக்கும் ஒலிக்க
என் ஆவல்.

பெண்களை
பெரிதாக நினைத்துப்

பெரும் மகிழ்ச்சியடைந்து
பெருமைப் படுத்த வேண்டும்.

முற்போக்கு எழுத்தாளர்
வி.எஸ். ரோமா
Roma Radio
கோயம்புத்தூர்
+91 82480 94200